भारतातील देवी -देवता

भगवान शिव कथा

ओ. पी. झा

डायमंड बुक्स

प्रकाशक : डायमंड पॉकेट बुक्स (प्रा.) लि.
X-30 ओखला इंडस्ट्रियल एरिया, फेज-II
नई दिल्ली-110020
फोन : 011-40712200
ई-मेल : wecare@diamondbooks.in
वेबसाइट : www.diamondbooks.in
संस्करण : 2025
मुद्रक : रेप्रो (इंडिया)

BHAGWAN SHIV KI KATHA (MARATHI)
by : O. P. Jha

अनुक्रमणिका

महादेव - भगवान शिव

आपल्या तीन प्रसिद्ध देवता आहेत. ब्रह्मा, विष्णू आणि महेश. ब्रह्मा या विश्वाचा निर्माता आहे. विष्णु रक्षणकर्ता आहे तर शिवजी संहारक आहेत. शिव वाईट आणि अनावश्यक वस्तूंचा नाश करतात. ते सर्वात मोठा देव महादेव म्हणून पूजले जातात.

भगवान शिव स्वरूप

भगवान शिव एक शक्तिशाली देवता आहेत. त्यांना चार हात आणि तीन डोळे आहेत. त्यांचा तिसरा डोळा कपाळावर आहे. त्यांना नको असलेल्या वस्तूचा नाश करायचा असतो तेव्हाच ते तिसरा डोळा उघडतात. त्यांच्या शरीराला स्मशानातील भस्म फासलेले असते. ते वाघाची कातडी धारण करतात. त्यांच्या गळयात सापाची माळा असते. त्यांच्या डोक्यावर चंद्राची कोर विराजमान असून त्यांच्या जटामंधून गंगा वाहते.

शिवाचे अस्त्र, शस्त्र आणि वाहन

भगवान शिवाच्या हातात 'पिनाक' नावाचे त्रिशूल असते. त्यांच्या जवळ एक डमरू, 'अजगव' नावाचे धनुष्य आणि 'खट्वांग' नावाची फरसी असते. गळयात नाग लपेटलेला असतो. ते खोपड्यांची माळ घालतात. त्यांच्या एका हातात दोरी असते. तिने ते पापी लोकांना बांधतात. त्यांचे वाहन 'नदी बैल' आहे.

शिवाचे निवासस्थान आणि कुटुंब

शिव भगवान हिमालयातील सर्वात उंच अशा कैलास पर्वतावर राहतात, असे म्हणतात. नेहमी बर्फाच्छादित असलेला कैलास पर्वत तिबेटमधील एका सुंदर सरोवर असलेल्या मानसरोवराच्या जवळ आहे. शिव येथे आपल्या कुटुंबातील सदस्य आणि शिष्यांसोबत राहतात. त्यांना एक पत्नी आणि दोन पुत्र आहेत. त्यांच्या पत्नीचे नाव पार्वती असून मुलांची नावे गणेस आणि कार्तिकिय आहेत.

भगवान शिव - अनंत महादेव

त्यांना आदि पुरूषही म्हणतात. याचा अर्थ असा की त्यांच्या आधी कोणी जन्माला आले नव्हते. त्यांचा आदि आणि अंत याबाबत कोणालाही काही माहीत नाही.

एके दिवशी ते ब्रह्म आणि विष्णू यांच्यात सुरू असलेल्या वादावर तोडगा काढण्यासाठी त्यांच्या समोर प्रकट झाले. त्यांनी एका लिंगाचे रूप धारण केले होते. अचानक लिंगाचा वरचा आणि खालचा भाग वाढू लागला. त्यांनी ब्रह्म आणि विष्णूला आपली सुरूवात आणि शेवट याचा शोध घ्यायला सांगितले. विष्णू शूकराचे रूप धारण करून पृथ्वी खोदून पाताळाच्या दिशेने तर ब्रह्म हंसाचे रूप घेऊन आकाशात शोधू लागले. अशा प्रकारे त्यांना कित्येक वर्षे लागली; पण त्यांना लिंगाचा आदि आणि अंत सापडला नाही. शेवटी त्यांनी शिवजीला 'अनंत महादेव' म्हणून स्वीकारले आणि त्यांच्याकडे परतण्याचा निर्णय घेतला.

अर्धनारीश्वर शिव

सुरूवातीला ब्रह्माने या विश्वाची निर्मिती केली. त्यांच्या रचनेत स्त्रीचा समावेश नव्हता. अशा प्रकारे कोणाचा जन्म होऊ शकत नव्हता. स्त्री शिवाय एखादे बाळ कसे जन्माला येऊ शकेल? त्यांनी भगवान शिवाचा सल्ला घेतला. या समस्येवर मार्ग काढण्यास सांगितले. शिवजी फार लवकर प्रसन्न होतात म्हणून त्यांना भोलानाथ असेही म्हणतात.

त्यांनी ब्रह्माच्या समोरच आपल्या शरीराचे दोन भाग केले. त्यातील एक पुरूषाचे होते आणि दुसरे स्त्रीचे. त्यांच्या या रुपाला अर्धनारीश्वर म्हणतात. त्या नंतर नर आणि नारीच्या मिलनापासून जीवांची उत्पत्ती व्हायला लागली. भगवान शिव यांच्यामुळेच आपले जीवन शक्य झाले आहे.

शिवाची नावे आणि मंत्र

भगवान शिवाची हजारो नावे आहेत. त्यांची काही लोकप्रिय नावे अशी – महादेव, शंकर, त्रिलोचन (तीन डोळे असलेले), त्रिपुरारी (त्रिपूर राक्षसाचे शत्रू) , चंद्रशेखर (त्यांनी मस्तकावर

चंद्र धारण केला आहे.) , गंगाधर (गंगा धारण करणारे), इ.

त्यांचे दोन प्रसिद्ध मंत्र आहेत :

१. ओम नमः शिवाय (भगवान शिवाला नमन)

२. ओम त्र्यंबक यजामहे सुगंधी पुष्टी वर्द्धनम उरूवारूकमिव बंधनात मृत्योर्मोक्षे मा अमृतात. (मी त्रीनेत्रधारी महादेवाची पूजा करतो, की त्यानी मला मृत्यूच्या तावडीतून सोडवून मुक्ती मिळविण्यासाठी मदत करावी.)

सतीची कथा

दक्ष प्रजापती आणि त्याची पत्नी प्रसूती यांना अनेक मुली होत्या. सती सर्वात लहान आणि सुंदर होती. तारूण्यात प्रवेश केल्यावर तिने भगवान शिवाशी लग्न करण्याचा निर्णय घेतला. दक्ष राजाला शिवाचे योगी रूप आणि इकडे तिकडे भटकण्याची सवय आवडत नव्हती. ते शिवाच्या विरूद्ध होते, पण सतीने ठरविले होते, की शिवजी शिवाय दुसऱ्या कोणाशीही आपल्याला विवाह करायचा नाही. सती अजूनही आपला निर्णय बदलेल,

अशी दक्षाला अपेक्षा होती. तिने सतीच्या विवाहासाठी एक स्वंयवर मांडले. स्वंयवर असा कार्यक्रम असतो, ज्यामध्ये कन्या स्वतः आपला वर निवडून त्याच्या गळयात माळा घालते.

सतीशी विवाह

सतीच्या स्वंयवरासाठी जगातील सर्व ठिकाणांहून देव आणि राजकुमार यांना निमंत्रित करण्यात आले होते. शिवजीला मात्र निमंत्रण नव्हते. हातात माला घेऊन सती स्वंयवरासाठी आली तेव्हा तिला शिवजी दिसले नाहीत आणि ती खूप उदास झाली. तिने निराश होऊन वरमाला हवेत भिरकावली. तेव्हा एक आश्चर्यकारक घटना घडली. तिथे शिवजी प्रकट झाले आणि ती माला त्यांच्या गळयात जाऊन पडली. आता दक्ष राजाला सतीचा विवाह शिवजीसोबत करावा लागला. विवाहानंतर शिवजी आपली पत्नी सतीसोबत कैलास पर्वतावर परतले.

आनंदी वैवाहिक जीवन

क़ैलास पर्वतावर आल्यावर शिवजी सतीसोबत यशस्वी आणि

आनंदी वैवाहिक जीवन जगू लागले. ते कैलासावरील सुंदर ठिकाणी फिरत एखाद्या आदर्श जोडप्यासारखे राहू लागले. शिव आपल्या पत्नीची निष्ठा आणि सुंदरता यामुळे प्रसन्न होते. दुसऱ्या बाजूला सतीही शिवजीच्या दिव्य स्वभावाच्या प्रभावाखाली होती. अशा प्रकारे अनेक वर्षे निघून गेली. शिवजीचे सासरे दक्ष अजूनही आपल्या जावयाचा तिरस्कार करीत होते. याच दरम्यान त्यांनी शिवाचा अपमान करण्यासाठी एका यज्ञाचे आयोजन केले.

बलिदान

यज्ञासाठी शिवजीशिवाय इतर सर्व देवताना आमंत्रित केले होते. तिथे अनेक सन्मान्य पाहुणे उपस्थित होते. सतीलाही आपल्या पित्याच्या घरी असलेल्या यज्ञासाठी जायचे होते. तिने शिवजीला जाण्याविषयी सांगितले. पण निमंत्रणाशिवाय शिवजी कसे काय जातील?

आपले वडील आपल्या पतीचा तिरस्कार करतात, ही गोष्ट

सतीला माहीत नव्हती. ती यज्ञाच्या ठिकाणी जाऊन पोहचली. शिवजीच्या आज्ञेनुसार त्यांचे शिष्य, नंदी आणि शृंगी सतीसोबत गेले होते.

सतीचा मृत्यू

तिथे सर्व देव गण उपस्थित असल्याचे सतीने पाहिले. सर्व देवांना सन्मानपूर्वक स्थान दिले होते. शिवजीसाठी मात्र तिथे आसन मांडलेले नव्हते. सती आपल्या पतीचा हा अपमान सहन करू शकली नाही. तिने आपल्या वडिलांना याबाबत विचारले.

प्रतित्युरादाखल दक्ष याने शिवजीबद्दल आपले भले बुरे मत मांडले. त्यांना शिव्या द्यायला सुरूवात केली. आपल्या पतीचा अशा प्रकारे होणारा अपमान सहन करणे सतीच्या सहनशक्तीच्या पलिकडचे होते. दुःख आणि संतपाने तिने यज्ञाच्या धगधगत्या ज्वालांत उडी घेतली.

देवतांनी सतीला अग्निबाहेर काढण्याचा प्रयत्न केला, पण तोपर्यंत तिचे अध्यपिक्षा जास्त शरीर जळले होते. तिचा मृत्यू झाला होता.

यज्ञाचा विनाश

सतीचा अग्निदाह एक दुःखद घटना होती. सर्व देवता घाबरले. त्यांना भगवान शिवाचा संताप माहीत होता. लवकरच ही बातमी भगवान शिवाला कळली. त्यांना अनावर क्रोध आला.

क्रोधीत शिवाने आपल्या जटामधून एक केस तोडून टाकला आणि त्यांतून लगेच क्रोधी शिष्य प्रकट झाला. त्याचे नाव वीरभद्र होते.

तो वीरभद्र एक रुद्र (क्रोध) होता. शिवजीने त्याला प्रजापती दक्ष याचा यज्ञ नष्ट करण्याचा आणि प्रजापतीचा वध करण्याचा आदेश दिला. तसे तर शिवजी यज्ञाची रक्ष करीत असतात, तरीही त्यांनी असा आदेश दिला. का? कारण यज्ञ करण्यामागे दक्षाची इच्छा पूण्य मिळविण्याची नव्हती, तर त्यांचा अपमान करण्याची होती.

शिवजीच्या आज्ञेनुसार वीरभद्राने यज्ञभूमीवर हाःहाःकार उडवून दिला. दक्षाचे डोके धडावेगळे करून हवेत उडविले.

सती नंतर शिवजी

यज्ञ नष्ट झाल्यावर शिवजी तिथे पोहचले. त्यांना तिथे सतीचे अर्धवट जळालेले शव मिळाले. लाडक्या सतीची अशी अवस्था झालेली पाहून ते दु:खाच्या सागरात बुडून गेले. ते सतीचे शव खांद्यावर टाकून भटकू लागले.

सतीच्या शरीराचा नाश

भगवान शिवाची अशी अवस्था झाल्याचे पाहून देवगण खूप दु:खी झाले. भगवान शिवजीला सामान्य अवस्थेत आणण्यासाठी त्यांनी भगवान विष्णूला विनंती केली. भगवान शिवाला सामान्य अवस्थेत आणण्याचा एकच उपाय होता. सतीचा मृतदेह शिवजीपासून वेगळा करणे.

भगवान विष्णूने आपल्या सुदर्शन चक्राचा वापर करून सतीच्या शरीराचे ५ २तुकडे केले. जे भारता वेगवेगळया ठिकाणी जाऊन पडले. ती ठिकाणे शक्तिपीठे म्हणून प्रसिद्ध आहेत. सतीचे शरीर गमावल्यानंतर शिवजी कैलास पर्वतावर परतले आणि गाढ ध्यान करू लागले.

तारकासुराची कथा

देव आणि दानवात नेहमीच संघर्ष होत असे. आसुरी शक्तीचे स्वामी असलेले असूर आधी देवांना युद्धाचे आव्हान देत असत. तारक नावाचा एक शक्तिशाली असूर होता. एकदा त्याने तपश्चर्या करून ब्रह्माला प्रसन्न करून घेतले. ब्रह्मने त्याला असे वरदान दिले, की भगवान शिवाच्या पुत्राशिवाय त्याचा कोणीही वध करू शकणार नाही. असा वर मिळाल्यावर तो असूर अधिकच अत्याचारी झाला. त्याला अडविणारे कोणीच नव्हते. त्याने युद्धात सर्व देवांना हरविले आणि तो स्वर्गाचा राजा झाला.

देवता स्वर्गाच्या बाहेर

स्वर्गातील देवता आश्रय मिळविण्यासाठी इकडे तिकडे भटकू लागल्या. तारकाचे असूर त्यांचा पीच्छा करीत होते. सर्व देव ब्रह्माजीकडे गेले. त्यांचीच दयनीय अवस्था पाहून ते हळहळ व्यक्त करू लागले. त्यांनी सांगितले की फक्त शिवजीच आता देवांना मदत करू शकतात. त्यांनी देवांना सांगितले की शिवजीला

पुत्र होईपर्यंत त्यांनी वाट पहावी. इकडे शिवजी तर गाठ ध्यानात होते आणि त्यांची पत्नी सतीचा मृत्यू झाला होता. अशा वेळी शिवजीला पुत्र होणे कसे काय शक्य होते?

पार्वतीचा जन्म

हिंदू धर्मातील लोक पुनर्जन्मावर विश्वास ठेवतात. आत्मा एका शरीरातून दुसऱ्या शरीरात प्रवेश करते. ती कधी मरत नाही. सतीनेही दुसरा जन्म घेतला. ती पार्वतीच्या रुपात पर्वतराज हिमवान आणि मैना यांच्या घरी जन्माला आली. पर्वतराजाची मुलगी म्हणून तिला 'पार्वती' असे नाव पडले.

एक महान भविष्यवाणी

त्या काळातील महान ज्योतिषांनी अशी भविष्यवाणी केली, की पार्वतीचा विवाह भगवान शंकराशी होणार. काळ कोणासाठी थांबत नाही. बघता बघता काळ लोटला आणि पार्वती एक सुंदर युवती बनली. तिच्यात अनेक प्रकारचे गुण होते. ती शिवजीलाच आपला पती म्हणून स्वीकारणार असल्याचे तिने

लहानपणीच नक्की केले होते. शिवजीला गृहस्थ जीवनासाठी तयार करणे सोपे नव्हते म्हणून ती कठोर तपश्चर्या करू लागली.

पार्वतीची श्रद्धा

शिवजीचे दिव्यत्व आणि त्यांच्यातील गुण यावर पार्वती इतकी मोहीत झाली होती, की त्यांना मिळविण्यासाठी ती वनात जाऊन कठोर तपश्चर्या करू लागली. तिने आपल्या शरीराची काळजी घेणेही सोडून दिले. ती तहान भूकेचीही पर्वा करीत नसे. रात्रंदिवस फक्त ती 'ओम नमः शिवाय' चा जप करीत होती. ती रात्रंदिवस ध्यान लाऊन बसलेली असायची. जगण्यासाठी आवश्यक आहे तितकेच अन्न ती सेवन करायची. पुढे पुढे तर अशीही वेळ आली की जेवण म्हणून ती फक्त एक पान खात असे. नंतर तर तिने तेही खाणे सोडले. म्हणून तिला अपर्णा (एकही पान न खाणारी) म्हणू लागले. स्वर्गातील देवांनीही इतके कठोर तप पाहिले नव्हते. ते शिवजीबद्दल असलेली पार्वतीची भक्ती आणि श्रद्धा पाहून प्रसन्न झाले. सर्व जण तिच्या भक्तीचे कौतुक करू लागले.

क़ामदेवासाठी प्रस्ताव

भगवान शिवजीनी आपली तपश्चर्या सोडावी आणि पार्वतीशी विवाह करावा, असे स्वर्गाचा राजा इंद्र याला वाटत होते. पण शिवजीला कोण तयार करणार? त्यांचे ध्यान भंग करण्याचे साहस कोणातही नव्हते. शेवटी प्रेमाची देवता कामदेव याच्यावर ही जबाबदारी सोपविण्यात आली.

कामदेव तर भीतीने थरथर कापू लागला. शिवजीचे ध्यान भंग करण्याचे काम कोणत्याही धोक्यापेक्षा कमी नव्हते.

कामदेवाला भस्म केले

कामदेव काळजीयुक्त मनाने आपली पत्नी रती हिच्यासोबत कैलास पर्वतावर गेले. त्यांनी तिथे वसंत ऋतूची निर्मिती केली. सर्व बाजूला फुले फुलविली. कैलासावरील वातावरण मनोहारी झाले. मग कामदेवाने आपल्या प्रेमाचा बाण शिवजीवर चालविला. हा बाण लागल्यावर मनात प्रेमाची भावना निर्माण होते. कामदेवाच्या बाणाने घायाळ झालेल्या शिवजीच्या मनात प्रेमाची

भावना तर निर्माण झाली; पण ध्यान भंग झाले म्हणून ते क्रोधीत झाले. क्रोधात शिवजीचा तिसरा डोळा उघडला गेला. त्यातून आगीच्या ज्वाला निघाल्या. कामदेव त्या ज्वालात जळून भस्म झाला.

जगाच्या कल्याणासाठी त्याग

क़ामदेवाच्या मृत्यूनंतर रती शिवजीच्या पायाशी लोळण घेत आक्रोश करू लागली. शिवजीला रतीची दया आली. त्यांनी तिला आश्वासन दिले की द्वापारयुगात कृष्णाचा पुत्र प्रद्युम्नच्या रूपात कामदेव पुन्हा जन्माला येईल. याशिवाय तो आपल्या शरीराशिवाय सक्रिय राहील. तेव्हापासून कामदेवाला अनंग (अंग नसलेला) असेही म्हणतात. या जगाच्या कल्याणासाठी कामदेवाला खूप मोठी किमत मोजावी लागली.

पार्वती आणि सात बुद्धिमान

भगवान शिव तर सर्वज्ञ होते. या जगातील कोणतीही घटना त्यांच्यापासून लपून राहत नव्हती. पार्वतीची भक्ती आणि तपश्चर्या त्यांनाही माहीत होती. आधी त्यांनी सात विद्वान

ऋषींना पार्वतीची परीक्षा घेण्यासाठी पाठविले. पार्वतीने सर्व पाहुण्यांचे वनात स्वागत केले. त्यांना फळे आणि कंद मुळे वाढली.

पार्वतीची परीक्षा

ऋषींनी अनेक प्रकारे पार्वतीची परीक्षा घेतली. ती एक चांगली आणि सुंदर युवती असल्याचे त्यांना आढळून आले. शिवजीबद्दल तिच्या मनात श्रद्धा असल्याचे त्यांना आढळले. ते सर्व जण पार्वतीची ही भक्ती पाहून प्रसन्न झाले. त्यांनी तिच्या प्रेमाचे आणि समर्पणाचे कौतुक केले. पार्वतीची परीक्षा घेतल्यावर ते सर्व जण कैलास पर्वतावर शिवजीकडे गेले. ते म्हणाले, "पार्वती खूप सुंदर, आकर्षक आणि भोळी आहे. ती तुमची मनापासून पूजा करते." हे ऐकल्यावर शिवजीही पार्वतीला भेटण्यासाठी प्रेरीत झाले.

पार्वतीचा पाहुणचार

पार्वती जिथे तपश्चर्या करीत होती, त्या ठिकाणी शिवजी

पोहचले. ते एका साधूच्या वेषात होते. आधी पार्वतीने त्यांना ओळखले नाही. तिने एक साधू म्हणूनच त्यांचे स्वागत केले. त्यांना फळे आणि कंद-मुळे वाढली

तिचा पाहुणचार पाहून शिवजी प्रसन्न झाले. त्यांना पार्वतीचे सौंदर्य आणि भोळेपणा मनापासून आवडला.

शिवजीनी केला स्वीकार

त्यानंतर साधू झालेल्या शिवाने शिवाच्या विरूद्ध बोलायला सुरूवात केली. त्यामुळे पार्वती संतप्त झाली. ती म्हणाली, "मी तर साधू समजून तुमचे स्वागत केले. मात्र तुम्ही त्यासाठी पात्र नाहीत. जो महादेवाचा विरोधक आहे. तो माझाही शत्रू आहे. अशा व्यक्तिला माझ्या झोपडीत जागा नाही. तुम्ही इथून निघून जा."

पार्वतीचे असे म्हणणे ऐकून शिवजी प्रसन्न झाले. ते आपल्या खऱ्या स्वरूपात तिथे प्रकट झाले. त्यानी पार्वतीला तिचा पती होण्याची वर दिला.

पार्वतीशी विवाह केला

पार्वतीला वर दिल्यावर शिवजी कैलास पर्वतावर परत आले. लवकरच नारद मुनी पार्वतीचे वडील हिमवान याच्याकडे तिच्या विवाहाचा प्रस्ताव घेऊन गेले. हिमवानने आपली पत्नी मैनाला विचारल्यावर या विवाहाला संमती दिली. विवाहाची तयारी सुरू झाली. शिवजी आपली वरात घेऊन निघाले. या वरातील ब्रह्मा, विष्णू, देवगण आणि शिवजीही उपस्थित होते. त्यात काही भूत प्रेतही होते. शिवजीनी अग्नीच्या साक्षीने पार्वतीचा पत्नी म्हणून स्वीकार केला. देव आणि साधूंनी नवीन जोडप्यावर पुष्प वृष्टी केली. विवाहानंतर शिव -पार्वती कैलास पर्वतावर आनंदाने राहू लागले.

कार्तिकेयाचा जन्म

शिव पार्वतीच्या लग्नाला अनेक वर्षे लोटली तरीही त्यांना काही मूल बाळ झाले नाही तेव्हा देव खूप आतूर झाले. त्यानी अग्निदेवाच्या माध्यामातून संदेश पाठविला. अग्निदेव कैलास पर्वतावर गेले. कोणत्या तरी प्रकारे त्यांनी शिवजीचे वीर्य

मिळवून ते गंगेत प्रवाहित केले. काही वेळानंतर गंगा नदीच्या किनारी एक अद्भूत बालक जन्माला आले. सहा कृतिकांनी त्याचे पालन केले. सर्वांना एकाच वेळी आनंदी करण्यासाठी त्या मुलाने सहा तोंडाचा स्वीकार केला. कृतिकांनी त्याचे पालन पोषण केले म्हणून त्याचे नाव कार्तिकेय ठेवण्यात आले. 'कुमार' आणि 'स्कंद' अशीही त्याला दुसरी नावे होती.

नंतर शिव पार्वती यांनी त्या मुलाला कैलास पर्वतावर नेले. ते बालक आपल्या आई वडिलांसह आनंदाने तिथे राहू लागले.

तारकाशी युद्ध

दानावाच्या अत्याचारामुळे देव दुःखी होते. त्यांना दानावाचा राजा तारक याच्या अत्याचारापासून मुक्ती हवी होती. त्यांनी पुन्हा स्वर्गाचे राज्य मिळविण्यासाठी कार्तिकेयाच्या नेतृत्त्वाखाली युद्ध पुकारले. एक अतिशय भयंकर युद्ध झाले. दैत्य आपल्या पूर्ण सामर्थ्यानिशी लढले; पण कार्तिकेयांने त्यांना आणि त्यांचा राजा तारक याला ठार केले. सर्वांनी कुमार कार्तिकेय याच्या

शौर्याचे कौतुक केले. त्यानंतर सर्व देवता आनंदाने स्वर्गात परत आल्या. त्यांना आपले राज्य परत मिळाले.

भगवान गणेशाचा जन्म

एकदा पार्वती स्नान करीत होती. दारावर नंदी पहारा देत होता. नंदीने मनाई केली तरीही शिवजी आत आले. त्यामुळे आपला एक खाजगी पाहरेकरी दारावर बसविण्याचा पार्वतीने निर्णय घेतला. तिने आपल्या शरीराच्या उटण्यापासून एक बालक तयार केले आणि योग शक्तीच्या सहाय्याने त्याच्या शरीरात प्राण निर्माण केले. मग त्यांनी त्या मुलाला वस्त्र आणि दाग दागिने घालून सजविले. त्याचे नाव गणेश ठेवले. गणेश म्हणजे गणाचा ईश !

भगवान शिव आणि गणेशाचे युद्ध

पार्वतीच्या आदेशानुसार गणेश दारावर पहारा देऊ लागला. तेवढ्यात शिवजी तिथे आले. त्या मुलाने त्यांना मध्ये प्रवेश करण्यासाठी नकार दिला. त्यामुळे शिवजी संतप्त झाले. दोघात युद्ध सुरू झाले.

गणेश अतिशय शौर्याने लढला. शिवजीने आपल्या त्रिशूलाच्या सहाय्याने त्याचे शीर कापून टाकले. हे ऐकताच पार्वती खूप संतप्त झाली. ती पूर्ण जगाला भस्म करून टाकायला निघाली. कसे तरी देवतांनी तिची समजूत घातली.

हत्तीच्या डोक्याची कथा

तो मुलगा पार्वतीचा बाळ असल्याचे कळल्यावर शिवजीही दु:खी झाले. त्यांनी पार्वतीला प्रसन्न करण्यासाठी त्या मुलाला जीवनदान देण्याचा निश्चय केला. शिवजीच्या आदेशानुसार काही देवता उत्तरेकडे गेल्या. तिकडून त्यांनी एका हत्तीचे डोके कापून आणले. शिवजीने तेच मुंडके गणेशाच्या धडाला जोडले. गणेशजी जिवंत झाले. हत्तीचे डोके असलेली देवता झाले. अशा प्रकारे शिवजी मृत्यूची देवता होण्या बरोबरच जीवन रक्षण करणारी देवताही झाले.

गणेशाची अग्रपूजा

लवकरच गणेशाने शिव पार्वतीचा लाडका मुलगा म्हणून स्थान मिळविले. त्यांची बुद्धिमत्ता असामान्य स्वरूपाची होती.

एकदा पहिली पूजा कोणाची करायची म्हणून देवांमध्ये वाद सुरू झाला. त्यावेळी असे ठरविण्यात आले की, जी देवता सर्वात आधी या विश्वाला फेरी पूर्ण करील, त्याचीच सर्वात आधी पूजा होईल. सर्व देवता आपापल्या वाहनावर बसून विश्वाला फेरी मारण्यासाठी निघून गेले. गणेशाने असा विचार केली, की आपल्या आई वडिलांच्या चरणाशीच आपले विश्व आहे. त्याने शिव -पार्वतीलाच एक प्रदक्षिणा घातली. देवांनी गणेशाच्या बुद्धिमत्तेचे कौतुक केले. सर्वात आधी त्याचीच पूजा केली जाईल, अशी घोषणा केली.

भगिरथाची कथा

एकदा कपिल ऋषीनी सागर राजाच्या सर्व मुलांना शाप दिला. त्या शापामुळे ते सर्व जागीच भस्म झाले. तेव्हापासून सागर राजाचे सर्व वंशज तपश्चर्या करीत आले होते. ब्रह्माला प्रसन्न करून गंगा पृथ्वीवर आणण्याचे वरदान मिळविण्यासाठी त्यांची तपश्चर्या सुरू होती. पण तिला काही यश मिळाले नाही. त्यांचा एक वंशज असलेल्या भगिरथ राजाने आपल्या पूर्वजांना मुक्ती मिळावी यासाठी ब्रह्मासमोर एक हजार वर्षे

तप केले. ब्रह्मा प्रसन्न झाले आणि त्यांनी त्याला वरदान दिले. भगिरथाने विनंती केली की त्यांनी गंगा नदीला स्वर्गातून पृथ्वीवर पाठवावे. म्हणजे गंगेच्या प्रवाहात तो आपल्या पूर्वजांच्या अस्थींचे विसर्जन करू शकेल आणि ते स्वर्गात जाऊ शकतील.

गंगेचे धरतीवर अवतरणे

ब्रह्माने वरदान तरदिले, पण भगिरथाची इच्छा पूर्ण होण्यात आणखी एक समस्या होती. भगवान शिव यांच्या शिवाय दुसरे कोणीही गंगेचा वेग सहन करू शकणार नव्हते. त्यांनी भगिरथाला शिवजीची आराधना करायला सांगितले. फक्त शिवजीच गगेचा आवेग सहन करू शकत होते. भगिरथाने शिवाची तपस्या केली. ते प्रसन्न झाले आणि त्यांनी भगिरथाला वरदान दिले. शेवटी गंगा माता शिवजीच्या जटांमधून पृथ्वीवर अवतरली.

बारा ज्योतिर्लिंग

आपल्या दोघांत कोण मोठे आहे, यावरून एकदा ब्रह्मा आणि विष्णू यांच्यात वाद सुरू झाला. ब्रह्माजीने आपण या

सृष्टीचा जनक असल्यामुळे आपण मोठे असल्याचे सांगितले. मी या जगाचा पालक आहे, म्हणून मला मोठा सन्मान मिळायला हवा. असे विष्णूचे म्हणणे होते. तेव्हा त्यांच्या समोर एक महाकाय लिंग, 'ज्योतिर्लिंग' प्रकट झाले. इतके विशाल लिंग पाहून दोघेही वाद घालणे विसरून गेले. त्यांनी त्याच्या आकाराचा शोध घेण्याचे ठरविले. त्यासाठी विष्णूने डुकराचे रूप घेतले आणि ते पृथ्वीवर आले. ब्रह्माने हंसाचे रूप घेऊन आकाशात भरारी मारली. दोघांनी खूप शोध घेतला, पण त्यांना काही त्याचे टोक सापडले नाही. त्या लिंगातून शेवटी शिवजी प्रकट झाले. त्यामुळे शिवजी हेच सर्वश्रेष्ठ देव असल्याचे त्यांनी मान्य केले. वास्तविक पाहता तिन्ही देव आपापल्या कार्यानुसार महान आणि थोर होते. त्या दिवसापासून लिंगाच्या रूपात आपली पूजा केली जावी, असे शिवजींनी सांगितले.

भारताच्या वेगवेगळया भागात बारा ज्योतिर्लिंग आहेत.

सोमनाथ, पहिले ज्योतिर्लिंग

बारा ज्योतिर्लिंगापैकी सर्वात पहिले गुजरातमधील सौराष्ट्राच्या प्रभास पतन येथील बिरबल बंदरावर आहे. चंद्राने दक्ष राजाच्या

सत्तावीस मुलींशी विवाह केला होता. पण त्याचे सर्वात जास्त प्रेम रोहिणीवर होते. त्यामुळे त्याच्या इतर पत्नी दुःखी झाल्या. त्यांना आपला अपमान झाल्यासारखे वाटले. चंद्राच्या वागण्यात काहीही सुधारणा होत नाही, असे पाहून दक्षाने त्याला त्याचा आकार कमी होण्याचा शाप दिला.

या शापापासून मुक्ती मिळविण्यासाठी चंद्राने सहा महिने शिवजीची तपश्र्या केली. त्याने शिवाकडून असे वरदान मिळविले की महिन्याला एकदा तरी ते आपल्या पूर्ण रूपात दिसू शकतील. चंद्राला सोम असेही म्हणतात. त्यामुळे हे ज्योतिर्लिंग सोमनाथ या नावाने ओळखले जाते.

श्री मल्लिकार्जुन, दुसरे ज्योतिर्लिंग

हे ज्योतिर्लिंग श्री सेलम येथे आहे. श्री सेलम आंध्रप्रदेशातील कुरनुल जिल्ह्यात आहे. कुमार कार्तिकिय पृथ्वी प्रदक्षिणा करून कैलास पर्वतावर परत गेले तेव्हा देवर्षी नारद यांच्याकडून गणेशाच्या लग्नाची बातमी ऐकली. ते त्यांच्यावर खूप क्रोधीत झाले आणि क्रोंच पर्वतावर निघून गेले. त्यामुळे पार्वती माता

खूप दुःखी झाली. तिने भगवान शिवाला कुमाराचा शोध घेण्याची विनंती केली. शिव पार्वतीसह कुमाराच्या निवासस्थानी पोहचले तेव्हा कुमात तिथून तीन योजने पुढे निघून गेले. कुमाराचा शोध घेण्यासाठी पुढे जाण्यापूर्वी भगवान शिवाने ते ज्या ज्या पर्वतावर गेले त्या प्रत्येक पर्वतावर एकेक ज्योती सोडण्याचा निर्णय घेतला. तेव्हापासून हे ठिकाण ज्योतिर्लिंग मल्लिकार्जुन या नावाने ओळखले जाऊ लागले. दर आमवस्या आणि पौर्णिमेच्या रात्री भगवान शिव माता पार्वतीसह तिथे भ्रमंतीसाठी येतात, असा समज आहे.

महाकालेश्वर, तिसरे ज्योतिर्लिंग

महाकालेश्वर उज्जैन येथे आहे. त्याला अवंतिका असेही म्हणतात. हे मध्य प्रदेशात क्षिप्रा नदीच्या काठावर आहे. एकदा दैत्यांचा राजा दूषण भगवान ब्रह्माकडून वरदान मिळविल्यानंतर अवंतिकेला आला आणि तेथील ब्राह्मणांना छळू लागला. शिवजीची आराधना करणाऱ्या ब्राह्मणांवर त्यामुळे काहीही परिणाम झाला नाही. दूषणाचे सैनिक रयतेवर आत्याचार करू

लागले. शेवटी अवंतिकेच्या पूजेमुळे प्रसन्न झालेले शिवजी महाकाळाच्या स्वरूपात तिथे प्रकट झाले. त्यांनी दूषणाला तिथून जायला सांगितले. पण त्याने ऐकले नाही. शिवजीने क्षणात त्याला भस्म करून टाकले. तेव्हापासून शिवजीचे महाकालेश्वराच्या रूपात पूजन केले जाते.

श्री ओंकारेश्वर, चौथे ज्योतिर्लिंग

ओंकारेश्वर ज्योतिर्लिंग एक स्वंयभू ज्योतिर्लिंग आहे. ते नर्मदा नदीच्या काठावर आहे. इथे बेट आणि नदीचा आकार ओमसारखा आहे. त्यामुळेच या ठिकाणाला हे नाव पडले आहे. भगवान शिव यांनीच ज्योतिर्लिंगाच्या स्वरूपात 'ओंकारेश्वर' आणि 'अमलेश्वर' याचे रूप घेतले असल्याचे समजतात.

एकदा दानवांनी स्वर्गाची सत्ता मिळविली होती. नर्मदा नदीच्या काठीं यऊन इंद्र शिवाची तपस्या करू लागले. त्याच्या भक्तीमुळे प्रसन्न होऊन ते इथे ज्योतिर्लिंगाच्या स्वरूपात प्रकट झाले. त्यांनी इंद्राला शक्तीशाली होण्याचे वरदान दिले. इंद्राला

आपले राज्य परत मिळाले. इथे लोक ओंकारेश्वराच्या स्वरूपात शिवाची पूजा करतात.

श्री वैद्यनाथ, पाचवे ज्योतिर्लिंग

हे झारखंड जिल्ह्यातील देवगढ जिल्ह्यात असल्याचे काही लोकांचे म्हणणे आहे. काही लोकांच्या म्हणण्यानुसार ते महाराष्ट्रातील परळी येथे आहे. हे चित्तभूमीत असल्याचे आणि हे ठिकाण झारखंड येथे आहे, असे पुराणात सांगण्यात आले आहे.

एकदा रावणाने कैलास पर्वतावर तप केले आणि शिवाला प्रसन्न केले.

रावणाने विनंती केल्यावर शिवजी ज्योतिर्लिंगाच्या स्वरूपात त्याच्या सोबत निघाले. लिंगाला सोबत घेऊन रावणाने लंकेची वाट धरली. मार्गात त्याला लघुशंकेसाठी जायचे होते. त्याने तिथे असलेल्या एका वैद्यनाथ नावाच्या वाटसरूला सागिंतले की त्याला लघूशंका करायची आहे, तोपर्यंत त्याने हे शिवलिंग सांभाळावे. तो वाटसरू त्या लिंगाचा भार सहन करू शकला नाही. त्याने तिथेच ते जमिनीवर खाली ठेवले. शिवलिंग ज्या ठिकाणी ठेवले त्याच ठिकाणी स्थापित झाले. रावणाने ते

उचलण्याचा प्रयत्न केला, पण त्याला ते हालले नाही. इथे भगवान शिव वैद्यनाथ या नावाने ओळखले जातात.

श्री नागनाथ, सहावे ज्योतिर्लिंग

हे दारक वनात आहे. दारक नावाच्या राक्षसाला पार्वतीकडून क़ाही वर मिळाले होते. तो प्रामुख्याने साधुंना पकडून त्यांना बंदी करीत असे. एकदा त्याने शिव भक्त असलेल्या सुप्रियला पकडले आणि त्याला ठार मारण्याचा आदेश दिला. सुप्रियने आपला जीव वाचविण्यासाठी शिवाचा धावा सुरू केला. शिव तिथे प्रकट झाले आणि त्यांनी त्या राक्षसाला त्याच्या कुटुंबासह सर्वांना ठार मारले. त्यांनी सर्व बेटाला चारी बाजूने भयमुक्त केले. शिव पार्वती तिथे राहू लागले. शिव पुन्हा एकदा ज्योर्तिलिंगाच्या स्वरूपात तिथे प्रकट झाले. इथे शिव पार्वती नागेश्वर आणि नागेश्वरी या नावाने ओळखले जातात.

केदारनाथ, सातवे ज्योतिर्लिंग

भगवान शंकराच्या ज्योतिर्लिंगांपैकी केदारनाथ हे बर्फाने झाकलेल्या हिमालय पर्वतात आहे. महाभारतातील युद्ध झाल्यावर पांडवांनी भगवान शंकराचे दर्शन घेण्यासाठी हिमालयात प्रवास

केला होता. तिथे त्यांना एक रेडा दिसला. त्याचा पाठलाग करीत भिमाने त्याच्यावर आपल्या गदेने प्रहार केला होता. त्या रेड्याचे डोके उडून थेट नेपाळमध्ये गेले आणि धड केदार येथेच राहिले. धडातून एक प्रज्वलित ज्योतिर्लिंग प्रकट झाले. भगवान शिव पांडवांना म्हणाले, "आजपासून मी इथे त्रिकोणी ज्योतिर्लिंगाच्या स्वरूपात राहणार आहे." केदारनाथाच्या दर्शनाने भक्तांच्या इच्छा पूर्ण होतात.

त्र्यंबकेश्वर, आठवे ज्योतिर्लिंग

हे महाराष्ट्रातील नाशीक येथे गौतमी नदीच्या काठावर आहे. इथे गौतम ऋषींनी शिवाला प्रसन्न करण्यासाठी तप केले होते. एकदा ते आजारी गाईला उभे राहण्यासाठी मदत करीत होते, तेवढ्यात गाईचा प्राण गेला. या पापाचे प्रायश्चित घेण्यासाठी त्यांनी दहा लाख वेळा शिवाचा जप केला. शिव प्रसन्न होऊन लिंगाच्या स्वरूपात तिथे प्रकट झाले. ऋषीचे पाप दूर झाले. तेव्हापासून तिथे शिवाची त्र्यंबकेश्वराच्या स्वरूपात पूजा केली जाते.

रामेश्वरम, नववे ज्योतिर्लिंग

लंकेवर आक्रमण करण्यापूर्वी आणि राक्षसराजा रावणाला शिक्षा करण्याआधी भगवान शिवाची पूजा करण्याची भगवान श्रीरामाची इच्छा होती. त्यांनी भारताच्या दक्षिण टोकाला असलेल्या सागर किनारी शिवलिंगाची स्थापना केली. शिवाने प्रसन्न होऊन त्यांना वरदान दिले, की त्यांचाच विजय होईल. इथे शिवलिंगाचा गंगाजलाने अभिषेक करणे खूप पवित्र समजले जाते.

भीमाशंकर, दहावे ज्योतिर्लिंग

भीमाशंकर येथून भीमा नदीचा उगम झाला आहे. महाराष्ट्राच्या पुणे जिल्ह्यातील राजगुरू तालुक्यात शेषाद्री पर्वतरांगा आहेत. येथेच भवगिरी, रथाल आणि भीमशंकर पर्वतही आहेत. भीमशंकर पर्वतावर मीणशंकर तीर्थ आहे. एकदा राक्षसांचा राजा त्रिपूर देव आणि मानवांवर अत्याचार करीत होता. त्याला मारण्यासाठी देवाने विशाल रूप धारण केले. त्याला मारल्यानंतर त्याच विशाल रूपात या ठिकाणी

भगवान शिव शंकरांनी इथे विश्रांती घेतली. तेवाहापासून या पर्वतरांगांमध्ये त्यांचे हे ज्योतिर्लिंग भिमाशंकर नावाने ओळखले जाते.

विश्वनाथ, अकरावे ज्योतिर्लिंग

हे उत्तर प्रदेशातील वाराणशी येथे गंगा नदीच्या काठावर आहे. या ठिकाणाला काशी असेही म्हणतात. एकदा शिवाने प्रकृती आणि पुरूषाला ब्र्हमांडांत तपश्चर्या करायला सागिंतले. म्हणजे सर्वश्रेष्ठ जिवाची निर्मिती होणार होती. त्यांनी मग या उद्देशासाठी या अतिशय चांगल्या ठिकाणाची निवड केली.

जेव्हा प्र्र्थना केली जात होती तेव्हा निर्गुण शिवाने आपली शक्ती आणि तेजोवलयाचा वापर करून पंचकोशी नावाच्या आश्चर्यकारक नगरीची स्थापना केली. तिथे शिवाने स्वतःला मुक्तिदाता ज्योतिर्लिंग म्हणून स्थापित केले. ज्यांना कुठेही मुक्ती मिळत नाही, त्यांना इथे आल्यावर मुक्ती मिळते.

घृष्णेश्वर, बारावे ज्योतिर्लिंग

हे येळगंगा नदिच्या काठावर असून औरंगाबादपासून पश्चिमेला ३० किमी अंतरावर आहे. एकदा शिव-पार्वती कैलास पर्वतावर फासे खेळत होते. पार्वतीने शिवाचा पराभव

केला. तेव्हा पार्वतीवर रूसल्याचे नाटक करीत शिरजी दक्षिण दिशेला गेले. तिकडे जाऊन ते सह्याद्री पर्वत रांगात उभे राहिले.

पार्वतीनेही मग एका अदिवासी कन्येचे रूप घेतले आणि तिथे आली. त्या रूपात तिने शिवाला मोहिनी घातली. दोघांनी मग आनंदाने तिथे काही काळ घालविला. तिथे आंगठ्याचे घर्षण झाल्यामुळे ज्योतिर्लिंग स्थापन झाले. तेव्हापासून या ठिकाणाचे नाव 'घृष्णेश्वर' पडले आहे.

शिवरात्री पर्व

एकदा एक शिकारी घनदाट जंगलात एका हरणाचा पाठलाग करीत होता. त्याच वेळी त्याला एका वाघाची डरकाळी ऐकून आली. त्याला घाबरून तो एका झाडावर चढून बसला. सर्व रात्र त्याने त्या झाडावरच काढली. स्वतःला जागे ठेवण्यासाठी तो झाडाची पाने तोडून खाली फेकत होता. ते एक बेलाचे झाड होते आणि त्याच्या खाली शिवलिंग होते. शिवाला बेलाची पाने खूप आवडतात. त्या शिकाऱ्याने अजाणतेपणी रात्रभर

शिवलिंगाला बेलाची पाने अर्पण केली होती. सकाळी वाघ निघून गेला आणि त्या ठिकाणी शिव अवतरले. त्यांनी त्या शिकाऱ्याला मोक्षप्राप्तीचे वरदान दिले. शिकाऱ्याला मग त्याच्या मृत्यूनंतर मोक्ष मिळाला. ती रात्र शिवरात्रीची होती. जो भक्त शिवरात्रीच्या रात्री शिवाची पूजा करतात, त्यांच्या सर्व मनोकामना पूर्ण होतात.

भगवान शिव, नर्तक

शिव नृत्यकलेचे जन्मदाते आहेत. त्यांच्याशी दोन महत्त्वाची नृत्ये संबधित आहेत. तांडव आणि लास्य. या पृथ्वीवर पाप खूप वाढते तेव्हा दुष्टांचा विनाश करण्यासाठी शिव तांडव नृत्य करतात. हे एक हिंसक आणि आवशेयुक्त नृत्य आहे. जेव्हा ते आनंदी मनाने पार्वतीसोबत नृत्य करतात तेव्हा त्याला 'लास्य' म्हटले जाते.

नीलकंठ शिव

एकदा देव आणि दानवानी मिळून समुद्र मंथन केले. त्यांनी वासुकी नागाला मंथनाची दोरी करून एका विशाल पर्वताला

बांधले होते. या दोरीच्या एका टोकाला देवानी तर दुसऱ्या टोकाला दानवांनी धरले होते. अशा प्रकारे दोघे मिळून समुद्र मंथन करीत होते. समुद्र मंथनातून अनेक रत्ने मिळाली तसेच अमृतही मिळाले. त्याचबरोबर विषही निघाले. हे विष इतके जालीम होते, की त्यामुळे सर्व विश्वाचा विनाश झाला असता. त्या वेळी देव आणि दानवांनी काही उपाय सूचविण्याची शिवाला विनंती केली. शिवाने स्वतः ते विष पिऊन टाकले. त्यांच्यावर विषाचा काहीही परिणाम झाला नाही. कारण ते अमर होते. या विषाचा परिणाम म्हणून त्यांचा गळा म्हणजेच कंठ निळा झाला. तेव्हापासून शिवाला नीलकंठ असेही म्हणतात. अशा प्रकारे त्यांनी या विश्वाचे रक्षण केले.

विनोदप्रिय शिव

कुंबेराला आपल्या संपत्तीचा खूप गर्व होता. आपल्या वैभवाचे प्रदर्शन करण्याची त्याला खूप हौस होती. एके दिवशी कुबेराने शिवजीला रात्रीच्या भोजनासाठी घरी बोलावले. त्यामागे शिवजीला आपले वैभव दाखविण्याचा त्याचा उद्देश होता. शिवाला त्याची इच्छा कळली. त्यांनी मग मुद्दाम आपल्या

ऐवजी आपल्या मुलाला गणेशाला तिथे जेवणासाठी पाठविले. सर्व प्रकारची फळे आणि रस देऊन त्याने गणेशाचे स्वागत केले. गणेशाने तिथे जेवायला बसल्यावर कुबेराच्या घरातील सर्व अन्न तर खाल्लेच; पण त्याच्या घरातील सर्व सामानही खाऊन टाकले. शेवटी कुबेराला गणेशासमोर शरणागती स्वीकारावी लागली. ही सर्व घटना भगवान शिव आनंदाने पाहत होते. अशा प्रकारे त्यांनी हासता हासता कुबेराचे गर्व हरण करून टाकले.

अर्जुनाचे दिव्यास्त्र

महाभारतातील महायुद्ध अजून सुरू झाले नव्हते. भगवान कृष्णाच्या सल्ल्यानुसार भगवान शिवाला प्रसन्न करण्यासाठी अर्जुनाने तप करायला सुरुवात केली. अर्जुन तपश्चर्या करीत असताना त्याच्यासमोर एक महाकाय डुकर आले. अर्जुनाने त्या डुकरावर बाण चालविला. त्या डुकराला आणखी एक बाण लागला असल्याचे अर्जुनाने पाहिले. तेव्हा तिथे आधीचा बाण चालविणारा भिल्ल युवकही आला. आपल्या बाणाने ते डुकर मेले असल्याचा तो भिल्ल युवक दावा करून लागला. या

वादावरून त्या दोघांमध्ये भयंकर युद्धाला सुरूवात झाली. अर्जुनाचे युद्ध कौशल्य पाहून तो भिल्ल युवक प्रसन्न झाला. अचानक त्या भिल्ल युवकाने शिवाचे रूप धारण केले. तेव्हा भगवान शिव अर्जुनावर प्रसन्न झाले आणि त्यांनी त्याला दिव्य असे पाशुपात्यास्त्र दिले.

भस्मासूराची कथा

तप करून कोणीही भगवान शिवाला लगेच प्रसन्न करून घेत असे, असे म्हणतात. म्हणूनचा शिवाला भोळा सांब असेही म्हणतात. एकदा भस्म नावाच्या एका आसुराने शिवाला प्रसन्न करण्यासाठी तपश्चर्या सुरू केली. भोलेनाथानी त्याला वरदान मागायला सांगितले तेव्हा तो म्हणाला, "हे देवा, मी ज्याच्या डोक्यावर हात ठेवील तो जळून भस्म व्हावा."

शिवाने त्याला वर दिला. पण तो आसूर या वराची परीक्षा पाहण्यासाठी शिवजीच्याच डोक्यावर हात ठेवायला पाहत होता. त्यामुळे शिवाला तिथून पळून जावे लागले. भस्म त्यांचा पाठलाग करू लागला. तेव्हा एका सुंदर तरूणीच्या स्वरूपात विष्णू तिथे प्रकट झाले. त्या तरूणीने भस्माला मोहीत केले. त्याला नृत्य

करायला सांगितले. भस्म तिला नाही म्हणू शकला नाही. तो नाचू लागला. नाचता नाचता त्याने आपल्याच डोक्यावर हात ठेवला. अशा प्रकारे भस्मासुराचा अंत झाला. जसे पेराल तसेच उगवते.

शिव, अमरत्वाची देवता

मार्केण्डेय ऋषींचा जन्म झाला तेव्हा ज्योतिषांनी अशी भविष्यवाणी केली की ते अल्पायु ठरतील. लवकरच त्यांचा मृत्यू होणार आहे. क़ाही लोकांनी त्यांच्या वडिलांना असा सल्ला दिला की त्यांनी जर महामृत्यूंजयाचा जप केला तर ते दीर्घायुष्याचा वर मिळवू शकतात.

मार्केण्डेय बोलायला लागले तेव्हापासून ते या मंत्राच जप करू लागले. खूप दीर्घ तपश्चर्या केल्यावर शिवजी तिथे प्रकट झाले आणि त्यांनी त्याला अमरत्वाचे वरदान दिले.

शिवाची तपश्चर्या करणाऱ्याला भौतिक सुखांच्या बरोबरीने मोक्षाचे वरदानही मिळते. प्रसिद्ध महामृत्यूंजय मंत्र असा आहे :

ओम त्र्यंबकं यजामहे संगंधिम् पुष्टि वर्द्धनम् ।
उरुवा रूकमिव वंधानात् मृत्योर्मोक्ष्या मा अम-तात ।।

(मी या विश्वातील सर्वोच्च देवाची आराधना करतो. त्र्यंबक शिव मृत्यूच्या मुखात जाण्यापासून माझे रक्षण करो.)

पूर्ण भक्तिभावाने शिवाची पूजा करणाऱ्याला दोन्ही जगातील सुखे मिळतात.

ओम नमः शिवाय (भगवान शिवाला माझे नमन !)

■■■